ਚੀਤੇ ਜਿੰਨਾ ਤੇਜ਼ ਦੌੜਨਾ

Keeping Up With Cheetah

Written by Lindsay Camp
Illustrated by Jill Newton

Panjabi translation by
Kulwant Manku

Mantra Lingua

For Anna, who always laughs at my jokes.
Well, usually.
L.C.

To my young grandma, with love.
J.N.

Text copyright © 1993 Lindsay Camp
Illustrations copyright © 1993 Jill Newton
Dual language text copyright © 2008 Mantra Lingua
Audio copyright © 2008 Mantra Lingua
This edition 2008

Mantra Lingua
Global House
303 Ballards Lane, London N12 8NP
www.mantralingua.com
www.talkingpen.co.uk

ਚੀਤਾ ਅਤੇ ਦਰਿਆਈ ਘੋੜਾ ਚੁਟਕਲੇ ਸੁਣਾਉਣਾ ਪਸੰਦ ਕਰਦੇ ਸਨ। ਅਸਲ ਵਿੱਚ ਚੀਤਾ ਚੁਟਕਲੇ ਸੁਣਾਉਂਦਾ ਸੀ। ਦਰਿਆਈ ਘੋੜਾ ਸਿਰਫ ਸੁਣਦਾ ਅਤੇ ਹੱਸਦਾ ਸੀ–ਇੱਕ ਬਹੁਤ ਡੂੰਘਾ ਢਿੱਡਲ਼ ਹਾਸਾ। ਚੁਟਕਲੇ ਬਹੁਤ ਹਾਸੇ ਵਾਲ਼ੇ ਨਹੀਂ ਸਨ ਪਰ ਦਰਿਆਈ ਘੋੜੇ ਨੂੰ ਲੱਗਦਾ ਸੀ ਕਿ ਉਹ ਹਾਸੇ ਵਾਲ਼ੇ ਹਨ। ਅਤੇ ਇਸੇ ਕਰਕੇ ਉਹ ਇੰਨੇ ਚੰਗੇ ਦੋਸਤ ਸਨ।

Cheetah and Hippopotamus loved telling jokes. Actually, Cheetah told the jokes. Hippopotamus just listened and laughed – a deep, bellowy laugh. The jokes weren't very funny, but Hippopotamus thought they were. And that's why they were such good friends.

ਪਰ ਦਰਿਆਈ ਘੋੜੇ ਦੀ ਇੱਕ ਗੱਲ ਚੀਤੇ ਨੂੰ ਪਸੰਦ ਨਹੀਂ ਸੀ – ਦਰਿਆਈ ਘੋੜਾ ਬਹੁਤਾ ਤੇਜ਼ ਨਹੀਂ ਦੌੜ ਸਕਦਾ ਸੀ।

But one thing about Hippopotamus annoyed Cheetah – Hippopotamus couldn't run very fast.

“ਆਜਾ ਹੁਣ ਦਰਿਆਈ ਘੋੜਿਆ,” ਚੀਤਾ ਬੇਸਬਰਾ ਹੋ ਕੇ ਚੀਕਦਾ। “ਜੇ ਤੂੰ ਮੇਰੇ ਨਾਲ਼ ਨਹੀਂ ਦੌੜ ਸਕਦਾ ਤਾਂ ਤੂੰ ਮੇਰਾ ਨਵਾਂ ਚੁਟਕਲਾ ਨਹੀਂ ਸੁਣ ਸਕੇਂਗਾ।”

“Come on Hippopotamus,” Cheetah would shout impatiently. “If you can’t keep up with me, you won’t hear my new joke.”

ਪਰ ਇਹ ਠੀਕ ਨਹੀਂ ਸੀ। ਦਰਿਆਈ ਘੋੜਾ ਚੀਤੇ ਜਿੰਨਾ ਤੇਜ਼ ਨਹੀਂ ਦੌੜ ਸਕਦਾ ਸੀ। ਇਸ ਕਰਕੇ ਚੀਤੇ ਨੇ ਉਸ ਦੀ ਥਾਂ ਸ਼ੁਤਰਮੁਰਗ ਨਾਲ਼ ਦੋਸਤੀ ਕਰ ਲਈ।
ਦਰਿਆਈ ਘੋੜਾ ਰੋਣਹਾਕਾ ਹੋ ਗਿਆ। ਪਰ ਰੋਣ ਦੀ ਬਜਾਏ ਉਹ ਦੌੜਨ ਦਾ ਅਭਿਆਸ ਕਰਨ ਲੱਗਾ ਅਤੇ ਤਦ ਤੱਕ ਅਭਿਆਸ ਕਰਦਾ ਰਿਹਾ ਜਦ ਤੱਕ ਕਿ ਉਸਨੂੰ ਸਾਹ ਨਹੀਂ ਚੜ੍ਹ ਗਿਆ ਅਤੇ ਉਸਨੂੰ ਲਿਟਣਾ ਪਿਆ।

But it was no good. Hippopotamus couldn't run as fast as Cheetah. So Cheetah made friends with Ostrich instead. Hippopotamus felt like crying. But, instead, he practised running until he was so out of breath that he had to lie down.

ਉਸਨੂੰ ਪਤਾ ਸੀ ਕਿ ਓਹ ਹਾਲੇ ਵੀ ਚੀਤੇ ਜਿੰਨਾ ਤੇਜ਼ ਨਹੀਂ ਦੌੜ ਸਕਦਾ।

And he knew he still couldn't keep up with Cheetah.

ਸ਼ੁਤਰਮੁਰਗ ਜਿਵੇਂ ਕਿਵੇਂ, ਫਿਰ ਵੀ, ਦੌੜ ਸਕਦਾ ਸੀ। ਚੀਤੇ ਨੇ ਸੋਚਿਆ ਕਿ ਮੈਂ ਕਿੰਨਾ ਸਿਆਣਾ ਹਾਂ ਕਿਉਂਕਿ ਮੈਂ ਇੰਨਾ ਚੰਗਾ ਨਵਾਂ ਦੋਸਤ ਬਣਾਇਆ ਹੈ। "ਸ਼ੁਤਰਮੁਰਗ, ਕੀ ਤੂੰ ਮੇਰਾ ਨਵਾਂ ਚੁਟਕਲਾ ਸੁਣੇਂਗਾ?" ਚੀਤੇ ਨੇ ਪੁੱਛਿਆ।

Ostrich could – very nearly, anyway. Cheetah thought how clever he was to have made such a good new friend. "Would you like to hear my new joke, Ostrich?" he asked.

"ਨਹੀਂ ਧੰਨਵਾਦ," ਸ਼ੁਤਰਮੁਰਗ ਨੇ ਕਿਹਾ। "ਮੈਨੂੰ ਚੁਟਕਲੇ
ਪਸੰਦ ਨਹੀਂ ਹਨ। ਆ ਥੋੜਾ ਹੋਰ ਦੌੜੀਏ।"

"No thank you," said Ostrich. "I don't like jokes. Let's run some more."

ਚੀਤਾ ਇੱਕ ਦਿਨ ਵਾਸਤੇ ਕਾਫੀ ਦੌੜ ਚੁੱਕਾ ਸੀ। ਉਹ ਚੁਟਕਲੇ ਸੁਣਾਉਣਾ ਚਾਹੁੰਦਾ ਸੀ। ਇਸ ਲਈ ਉਸਨੇ ਸ਼ੁਤਰਮੁਰਗ ਦੀ ਥਾਂ ਜਿਰਾਫ ਨਾਲ਼ ਦੋਸਤੀ ਕਰ ਲਈ। ਹੁਣ ਦਰਿਆਈ ਘੋੜੇ ਨੇ ਚੀਤੇ ਜਿੰਨਾ ਤੇਜ਼ ਦੌੜਨ ਦਾ ਇਰਾਦਾ ਹੋਰ ਮਜਬੂਤ ਕਰ ਲਿਆ।

Cheetah had run enough for one day. He wanted to tell jokes. So he made friends with Giraffe instead. Now Hippopotamus was even more determined to run as fast as Cheetah.

ਇਸ ਕਰਕੇ ਉਹ ਲੁਕ ਗਿਆ ਅਤੇ ਉਸਨੇ ਚੀਤੇ ਅਤੇ ਜਿਰਾਫ ਨੂੰ ਸਰਪਟ ਦੌੜਦਿਆਂ ਦੇਖਿਆ। ਜਿਰਾਫ ਦੀਆਂ ਲੱਮੀਆ ਲੱਤਾਂ ਅਗਾਂਹ ਨੂੰ ਉਠਦੀਆਂ ਸਨ ਅਤੇ ਚੀਤਾ ਆਪਣਾ ਸੰਤੁਲਨ ਬਣਾਏ ਰੱਖਣ ਵਾਸਤੇ ਆਪਣੀ ਪੂੱਛ ਨੂੰ ਇੱਧਰ ਉੱਧਰ ਮਾਰਦਾ ਸੀ।

So he hid and watched as Giraffe and Cheetah galloped by. Giraffe's long legs flew out in front and Cheetah lashed his tail from side to side to keep his balance.

ਫਿਰ ਦਰਿਆਈ ਘੋੜੇ ਨੇ ਉਸੇ ਤਰ੍ਹਾਂ ਕਰਨ ਦੀ ਕੋਸ਼ਿਸ਼
ਕੀਤੀ। ਪਰ ਉਸ ਤਰ੍ਹਾਂ ਕਰਨਾ ਸੌਖਾ ਨਹੀਂ ਸੀ।

Then Hippopotamus tried to do the same.
It wasn't easy.

ਦਰਿਆਈ ਘੋੜਾ **ਧੜੰਮ** ਕਰਕੇ ਡਿਗਿਆ!
ਚੀਤੇ ਜਿੰਨਾ ਤੇਜ਼ ਦੌੜਨ ਵਾਸਤੇ ਉਸਨੂੰ ਕਾਫੀ
ਸਮਾਂ ਲੱਗ ਜਾਏਗਾ।

Hippopotamus fell down with a CRASH!
It would be a long time before he could
keep up with Cheetah.

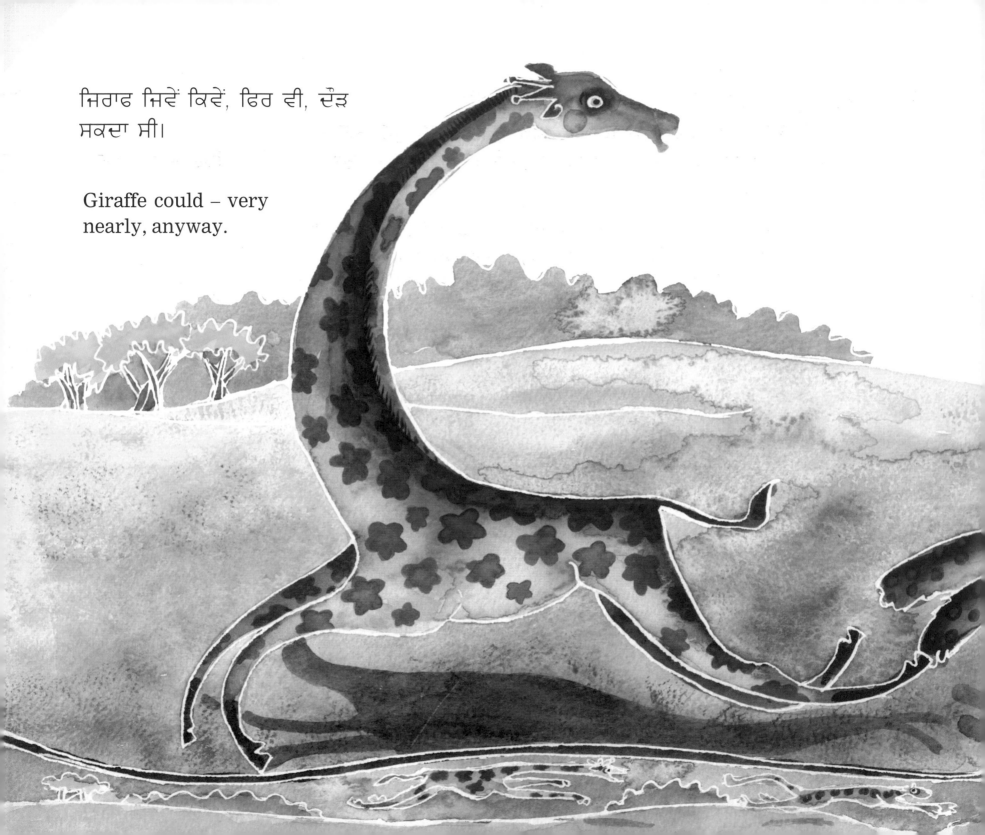

ਜਿਰਾਫ ਜਿਵੇਂ ਕਿਵੇਂ, ਫਿਰ ਵੀ, ਦੌੜ ਸਕਦਾ ਸੀ।

Giraffe could – very nearly, anyway.

“ਜਿਰਾਫ ਕੀ ਤੂੰ ਮੇਰਾ ਨਵਾਂ ਚੁਟਕਲਾ ਸੁਣੇਂਗਾ?” ਚੀਤੇ ਨੇ ਪੁੱਛਿਆ।
“ਮੁਆਫ ਕਰਨਾ?” ਜਿਰਾਫ ਨੇ ਕਿਹਾ। “ਮੈਂ ਇੰਨੀ ਉੱਪਰੋਂ ਤੁਹਾਨੂੰ ਨਹੀਂ ਸੁਣ ਸਕਦਾ।”
“ਉਸ ਦੋਸਤ ਦਾ ਕੀ ਫਾਇਦਾ ਜਿਹੜਾ ਕਿ ਤੁਹਾਡੇ ਚੁਟਕਲੇ ਵੀ ਨਹੀਂ ਸੁਣ ਸਕਦਾ?” ਚੀਤੇ ਨੇ ਖਿਝ ਕੇ ਸੋਚਿਆ।

“Would you like to hear my new joke, Giraffe?” Cheetah asked.
“Pardon?” said Giraffe. “I can’t hear you from up here.”
“What’s the good of a friend who doesn’t even listen to your jokes?” thought Cheetah crossly.

ਅਤੇ ਉਸਨੇ ਜਿਰਾਫ ਦੀ ਬਜਾਏ ਲਕੜਬੱਘੇ ਨਾਲ਼ ਦੋਸਤੀ ਕਰ ਲਈ।
ਜਦੋਂ ਦਰਿਆਈ ਘੋੜੇ ਨੇ ਇਹ ਦੇਖਿਆ ਤਾਂ ਉਸਨੂੰ ਗੁੱਸੇ ਵਿੱਚ ਬੜੀ ਗਰਮੀ ਮਹਿਸੂਸ ਹੋਈ।
ਸਿਰਫ ਇੱਕੋ ਚੀਜ਼ ਸੀ ਜਿਸ ਨਾਲ਼ ਕਿ ਉਹ ਚੰਗਾ ਮਹਿਸੂਸ ਕਰ ਸਕਦਾ ਸੀ।

And he made friends with Hyena instead.
When Hippopotamus saw this, he felt hot and bothered.
There was only one thing that would make him feel better.

ਇੱਕ ਚੰਗੇ, ਖੁੱਲੇ ਡੁੱਲ੍ਹੇ ਅਤੇ ਡੂੰਗੇ ਚਿੱਕੜ ਵਿੱਚ ਲਿਟਣਾ।
ਦਰਿਆਈ ਘੋੜੇ ਨੂੰ ਚਿੱਕੜ ਵਿੱਚ ਲਿਟਣਾ ਬਹੁਤ ਪਸੰਦ ਸੀ। ਜਿੰਨਾ ਜਿਆਦਾ ਡੂੰਘਾ ਚਿੱਕੜ ਉਨਾ ਜਿਆਦਾ ਆਨੰਦ, ਪਰ ਉਹ ਬਹੁਤ ਸਮੇਂ ਤੋਂ ਚਿੱਕੜ ਵਿੱਚ ਨਹੀਂ ਲਿਟਿਆ ਸੀ ਕਿਉਂਕਿ ਚੀਤਾ ਕਹਿੰਦਾ ਸੀ ਕਿ ਚਿੱਕੜ ਵਿੱਚ ਲਿਟਣਾ ਗੰਦਾ ਹੈ।

A good, long, deep, muddy wallow.
Hippopotamus loved wallowing. The deeper, the muddier, the more he enjoyed it. But he hadn't had a wallow for a long time, because Cheetah said it was dirty.

"ਹੂੰ," ਦਰਿਆਈ ਘੋੜੇ ਨੇ ਸੋਚਿਆ। "ਹੁਣ ਮੈਨੂੰ ਜੋ ਪਸੰਦ ਹੈ ਉਹ ਮੈਂ ਕਰ ਸਕਦਾ ਹਾਂ।" ਅਤੇ ਉਸਨੇ ਨਦੀ ਵਿੱਚ ਗੋਤਾ ਮਾਰਿਆ – **ਸਪਲੂਸ਼**! ਉਸਨੂੰ ਬਹੁਤ ਚੰਗਾ ਮਹਿਸੂਸ ਹੋਇਆ।

"Well," thought Hippopotamus, "I can do what I like."
And he dived into the river – SPLOOSH!
It felt wonderful.

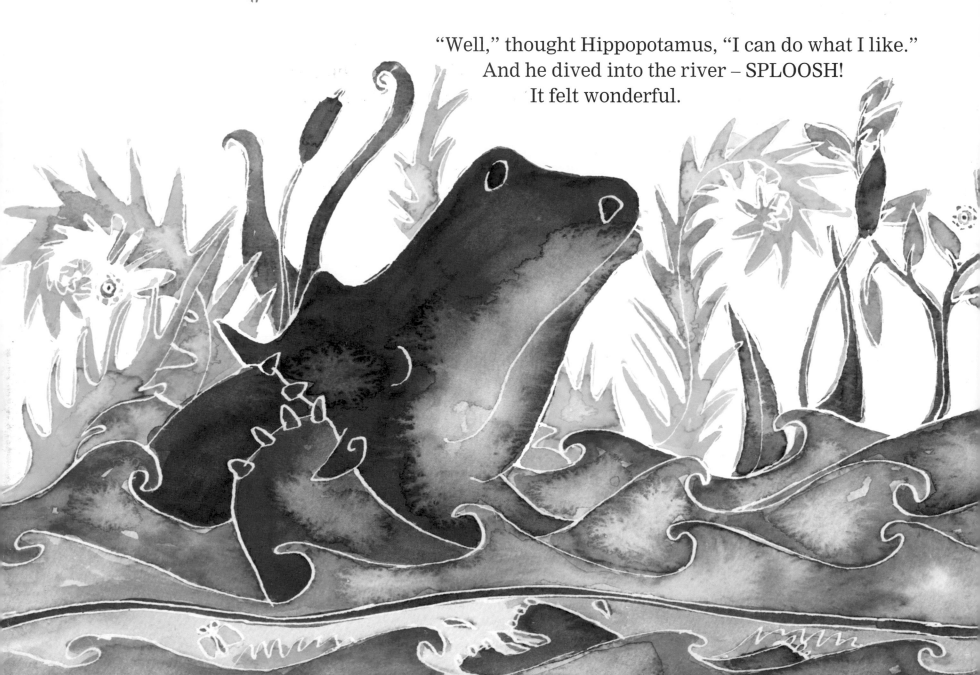

ਜਦੋਂ ਉਹ ਲੰਮਾ ਪਿਆ ਤਾਂ ਉਸਨੇ ਸੋਚਿਆ ਕਿ ਮੈਂ ਕਿੰਨਾ ਮੂਰਖ ਸਾਂ।
ਮੈਂ ਤੇਜ਼ ਨਹੀਂ ਦੌੜ ਸਕਦਾ ਪਰ ਮੈਂ ਚਿੱਕੜ ਵਿੱਚ ਲਿਟ ਸਕਦਾ ਹਾਂ। ਹਾਲਾਂਕਿ ਉਸਨੂੰ ਆਪਣੇ
ਦੋਸਤ ਦੇ ਖੋ ਜਾਣ ਦਾ ਦੁੱਖ ਸੀ ਪਰ ਉਸਨੂੰ ਇਹ ਪਤਾ ਸੀ ਕਿ ਉਹ ਕਦੀ ਵੀ ਚੀਤੇ ਜਿੰਨਾ
ਤੇਜ਼ ਨਹੀਂ ਦੌੜ ਸਕੇਗਾ।

As he lay there, he thought how silly he'd been. He couldn't run fast,
but he could wallow. And although he was sad to lose a friend,
he knew that he would never be able to
keep up with Cheetah.

ਲਕੜਬੱਘਾ ਜਿਵੇਂ ਕਿਵੇਂ, ਫਿਰ ਵੀ, ਦੌੜ ਸਕਦਾ ਸੀ। ਚੀਤਾ ਬਹੁਤ ਖੁਸ਼ ਸੀ।
"ਠਕਠਕ," ਚੀਤੇ ਨੇ ਕਿਹਾ।
"ਹਾ–ਹੀ–ਹੀ–ਹੀ," ਲਕੜਬੱਘੇ ਨੇ ਕਿਹਾ।

Hyena could – very nearly, anyway. Cheetah was very pleased.
"Knock knock," said Cheetah.
"Ha-hee-he-heeee!" said Hyena.

"ਤੈਨੂੰ ਕਹਿਣਾ ਚਾਹੀਦਾ ਸੀ, 'ਕੌਣ ਹੈ?'" ਚੀਤੇ ਨੇ ਝੱਟਪੱਟ ਕਿਹਾ। "ਤੈਨੂੰ ਨਵਾਂ ਚੁਟਕਲਾ ਸੁਣਾਉਣ ਦਾ ਕੀ ਫਾਇਦਾ ਜੇ ਤੂੰ ਹਾਸੇ ਵਾਲੀ ਗੱਲ ਦੱਸਣ ਤੋਂ ਪਹਿਲਾਂ ਹੀ ਹੱਸ ਪੈਣਾ ਹੈ?"
"ਹਾਹ–ਇ–ਹੇ–ਹੀ–ਹੀ–ਹੀ!" ਲਕੜਬੱਘਾ ਚੀਕਿਆ।

"You're supposed to say, 'Who's there?' " snapped Cheetah. "What's the point of telling my new joke, if you laugh before I get to the funny bit?"
"HAH-EH-HEH-HEE-HEE!" screamed Hyena.

ਫਿਰ ਚੀਤੇ ਨੂੰ ਸਮਝ ਆਈ ਕਿ ਉਸਨੂੰ ਅਸਲ ਵਿੱਚ ਇੱਕ ਹੋਰ ਤਰ੍ਹਾਂ ਦੇ ਦੋਸਤ ਦੀ ਲੋੜ ਹੈ। ਉਹ ਦੌੜ ਤਾਂ ਇਕੱਲਾ ਵੀ ਸਕਦਾ ਹੈ, ਪਰ ਚੁਟਕਲੇ ਸੁਣਾਉਣ ਦਾ ਮਜਾ ਤਾਂ ਹੀ ਹੈ ਜੇ ਕੋਈ ਉਸਨੂੰ ਸੁਣੇ–ਅਤੇ ਹਾਸੇ ਵਾਲ਼ੀ ਗੱਲ ਤੇ ਹੀ ਹੱਸੇ। ਉਹ ਇਸ ਤਰ੍ਹਾਂ ਦਾ ਦੋਸਤ ਕਿੱਥੋਂ ਲਭ ਸਕਦਾ ਹੈ?

Then Cheetah realised that what he really needed was a different sort of friend. He could run by himself, but telling jokes was only fun if someone listened – and only laughed at the funny bits. Where could he find a friend like that?

ਉਸਦਾ ਪਹਿਲਾਂ ਤੋਂ ਹੀ ਇਸ ਤਰ੍ਹਾਂ ਦਾ ਇੱਕ ਦੋਸਤ ਸੀ! ਚੀਤਾ ਦੌੜ ਕੇ ਇੱਕ ਛਾਂ ਵਾਲ਼ੇ ਦਰੱਖਤ ਦੇ ਲਾਗੇ ਗਿਆ ਪਰ ਦਰਿਆਈ ਘੋੜਾ ਉੱਥੇ ਨਹੀਂ ਸੀ। ਚੀਤਾ ਹੌਲ਼ੀ ਹੌਲ਼ੀ ਉੱਥੋਂ ਜਾਣ ਲੱਗਾ ਅਤੇ ਉਸਨੇ ਸੋਚਿਆ ਕਿ ਉਹ ਕਿੰਨਾ ਮੂਰਖ ਸੀ ਕਿ ਉਸਨੇ ਇੰਨੇ ਚੰਗੇ ਦੋਸਤ ਨੂੰ ਗੁਆ ਦਿੱਤਾ ਹੈ।

He already had one! Cheetah ran to the shady tree but Hippopotamus wasn't there. As Cheetah walked slowly away, he thought how silly he had been to lose such a good friend.

ਅਚਾਨਕ ਉਸਨੇ ਦੇਖਿਆ ਕਿ ਦੋ ਅੱਖਾਂ
ਉਸਨੂੰ ਨਦੀ ਵਿੱਚੋਂ ਦੇਖ ਰਹੀਆਂ ਹਨ।

Suddenly he saw a pair of eyes
watching him from the river.

"ਠਕਠਕ," ਚੀਤੇ ਨੇ ਕਿਹਾ।

"ਕੌਣ ਹੈ?" ਦਰਿਆਈ ਘੋੜੇ ਨੇ ਕਿਹਾ।

"ਹੀ−ਤਾ, ਹੋਰ ਕੌਣ!" ਚੀਤੇ ਨੇ ਕਿਹਾ।

ਅਤੇ ਦਰਿਆਈ ਘੋੜਾ ਹੱਸਿਆ ਅਤੇ ਬਹੁਤ ਹੱਸਿਆ।

"Knock knock," said Cheetah.
"Who's there?" said Hippopotamus.
"H-eetah, of course!" said Cheetah.
And Hippopotamus laughed
and laughed.

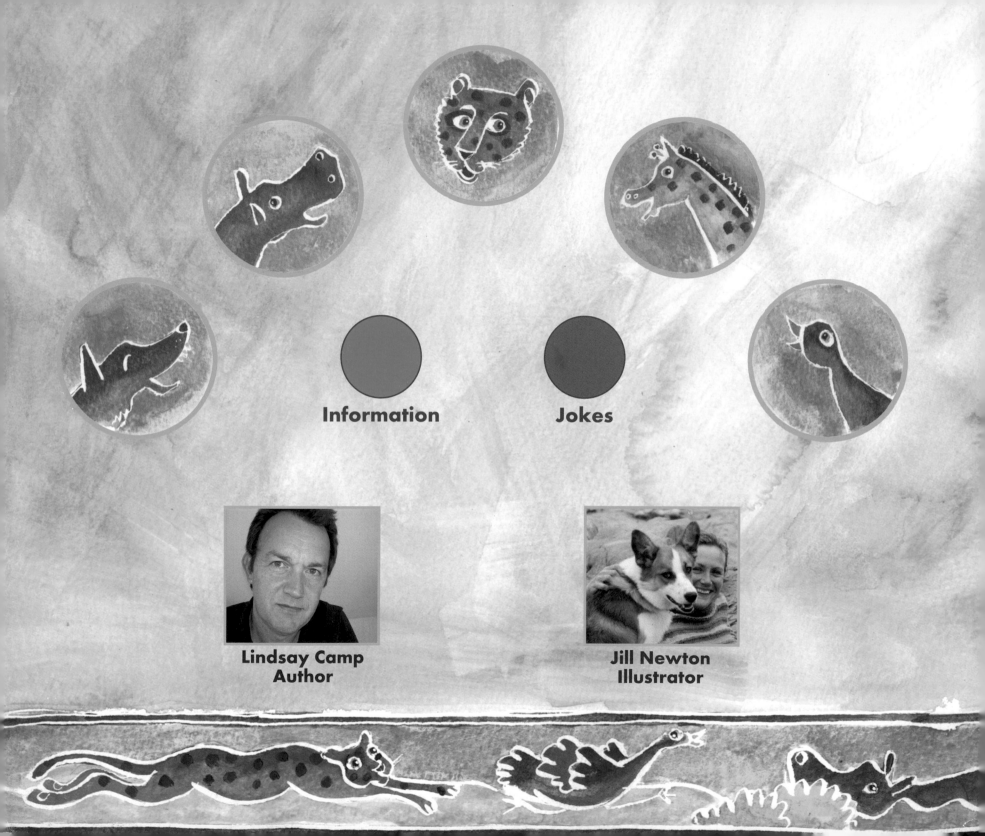

Information

Jokes

Lindsay Camp
Author

Jill Newton
Illustrator

a b c d e f g

h i j k l m n

o p q r s t u

v w x y z

Question

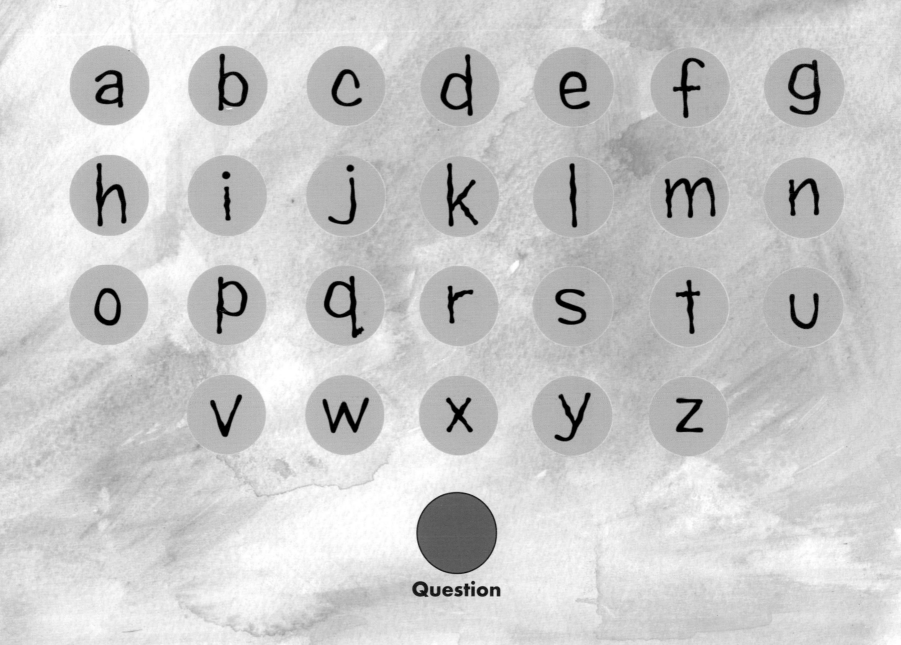

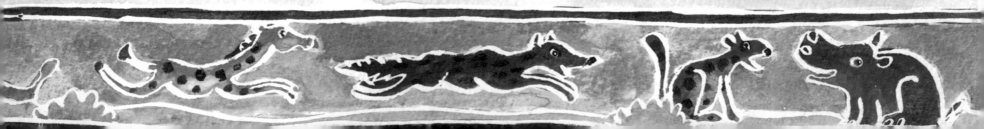

? a b c

? a b c

? a b c

? a b c

? a b c

? a b c

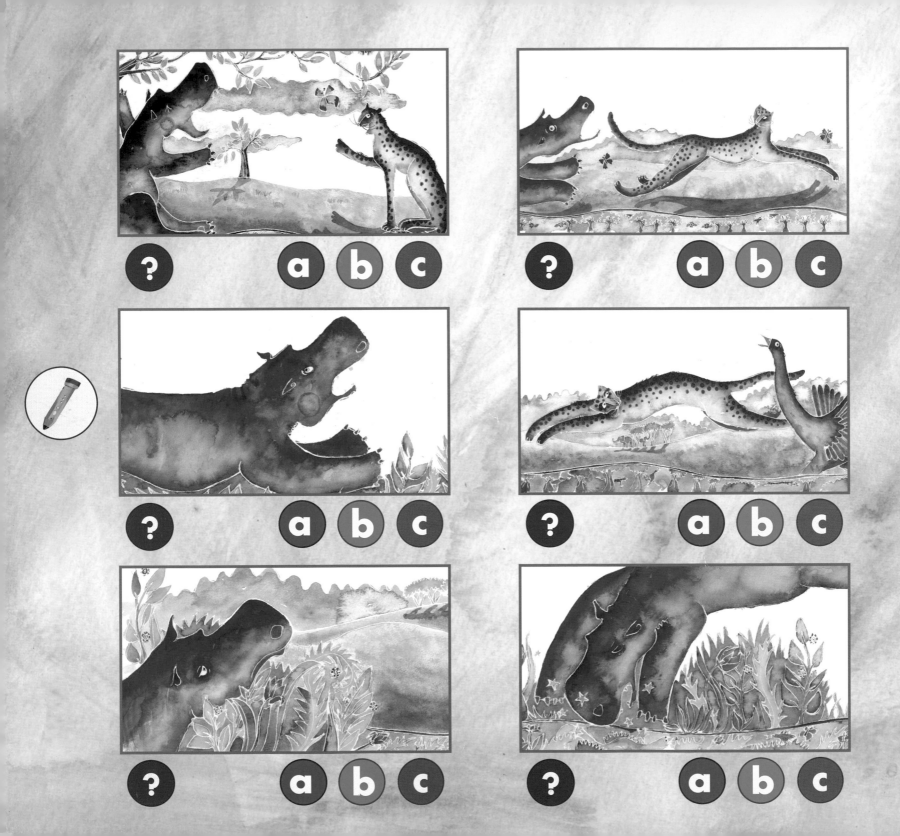

? a b c

? a b c

? a b c

? a b c

? a b c

? a b c

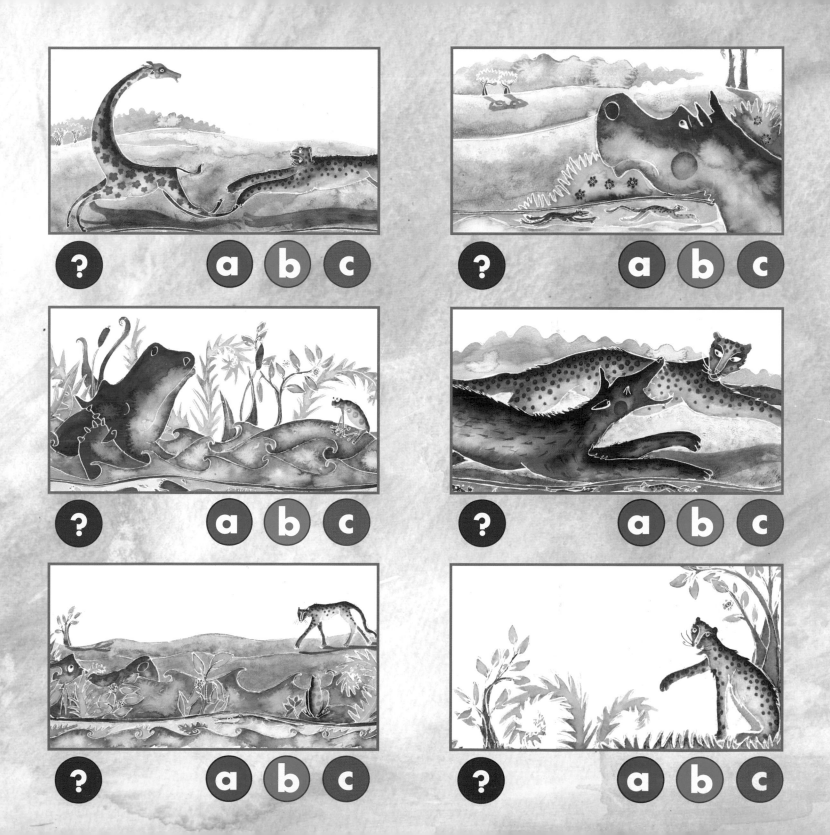